Ruman
Kamusi ya Kiswahili Yenye Picha

Mtunzi: Majeda Hourani
Michoro na: Abdullah Qawariq
Imesanifiwa na: Asem Naser
Mtafsiri: Abela Millanzi

Ruman
Kamusi ya Kiswahili Yenye Picha

Hakimiliki © RumanLLC 2020 Haki zote zimehifadhiwa
Bila kuwekea mipaka haki zilizo chini ya hakimiliki iliyohifadhiwa hapo juu, hakuna sehemu yoyote ya chapisho hili inayoweza kuchapishwa tena, kuhifadhiwa au kuingizwa katika mfumo wa urejeshaji, au kusambazwa, katika mfumo wowote, au kwa njia yoyote (kielektroniki, kwa mashine, kurudufisha, kurekodi, au vinginevyo),
bila ruhusa ya maandishi ya mmiliki wa hakimiliki

Copyright © RumanLLC 2020 All rights reserved

without limiting the rights under copyright reserved above, no part of this publication may be reproduced, stored in or introduced into a retrieval system, or transmitted, in any form, or by any means (electronic, mechanical, photocopying, recording, or otherwise), without the prior written permission of both the copyright owner

ISBN 978-1-7349251-9-7

Toleo la kwanza 2020

Mchapishaji: Ruman LLC
Barua-pepe: rumanllc@gmail.com
Tovuti: www.ruman-llc.com

Kuhusu Kamusi ya Kiswahili Yenye Picha

Kufundisha msamiati kupitia muktadha kumethibitika kuwa njia yenye matokeo sana ya kuboresha kumbukumbu. Hivyo, Ruman inatambulisha kamusi yake ya Kiswahili yenye picha inayotumia njia hiyo.

Kamusi ya Kiswahili Yenye Picha ya Ruman ni mkusanyiko wa picha kubwa ishirini na mbili zenye kupendeza zinazolenga mambo mbalimbali yanayohusu maisha yetu ya kila siku. Kila picha kubwa ina nomino thelathini na tano na vitenzi vitano hadi kumi, kila kimoja kikiwakilishwa na mchoro wa pekee. Muundo huo huwezesha kupata taswira ya maneno bila uhitaji wa kutia ndani tafsiri yoyote.

Kamusi hii yenye picha zilizo na rangi inawafahamisha wanafunzi zaidi ya maneno muhimu 1550 ya lugha ya Kiswahili. Picha hizo kubwa zinazingatia matukio yanayo-fahamika na watoto, kama vile maisha ya nyumbani, darasani, maisha ya mjini, maumbo ya msingi, maneno yaliyo kinyume, na wanyama. Wanafunzi watachochewa kupitia tena michoro ya matukio hayo, kila wakati ikiboresha uwezo wao wa kukumbuka. Kwa kuongezea, kamusi hii ina wahusika wakuu ambao watafuatiliwa katika picha kubwa ili kuwawezesha wanafunzi kujihusisha nao.

Pia, kamusi hii inawahusisha wanafunzi na mambo ya jamii kwa kuwa inatoa kwa dhati ujumbe unaohusiana na haki za watoto, tofauti za kitamaduni, uhusikaji wa watoto walemavu, ustawi wa wanyama, na usawa wa kijinsia. Ruman inaamini ujumbe huo wa uhusikaji na utofauti huonyesha misingi ya utamaduni na jamii tunayotaka kuwafundisha watoto wetu.

Kamusi ya Kiswahili Yenye Picha ya Ruman imekusudiwa hasa kuwa nyenzo ya darasani ya kuwasaidia wanafunzi wa shule ya msingi kuunganisha na kupanua msamiati wao. Hata hivyo, inaweza kutumiwa kama nyenzo ya kufundishia ya kibinafsi nyumbani. Kila kamusi inaweza kutumiwa na kadi za kufundishia zilizotengenezwa ili kufanya kifaa hiki kiwafurahishe na kuwahusishe watoto.

Yaliyomo Katika Kamusi

Alfabeti za Kiswahili 6

Uhusiano wa Familia 8

Darasa 10

Shule 12

Vitenzi vya Ratiba ya Kila Siku 14

Matunda na Mboga 16

Chakula na Vinywaji 18

Mwili na Mwonekano 20

Hisia 22

Mavazi 24

Nyumba.. 26

Jikoni na Bustani 28

Mambo Unayopenda Kufanya **30**

Taaluma na Kazi **32**

Hali ya Hewa na Majira **34**

Usafiri **36**

Jiji **38**

Shamba **40**

Wanyama **42**

Maneno Yaliyo Kinyume **44**

Nambari **46**

Wakati **48**

Rangi na Maumbo **50**

Ramani Ya Afrika **52**

Alfabeti za Kiswahili

A a	B b	CH ch
Asali	Basi	Chura

G g	H h	I i
Gari	Hindi	Kiti

M m	N n	O o
Mamba	Nanasi	Ofisi

T t	U u	V v
Tembo	Uma	Viatu

D d	E e	F f
Duma 	Embe 	Farasi 
J j	**K k**	**L l**
Jogoo 	Kobe 	Lori 
P p	**R r**	**S s**
Paka 	Roketi 	Simba 
W w	**Y y**	**Z z**
Waridi 	Yai 	Zulia 

Darasa

 saa ya ukutani

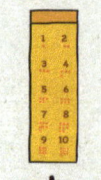 nambari

 alfabeti

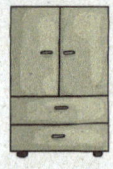 kabati

 kiwan...

 mwanafunzi

 rula

 makaratasi

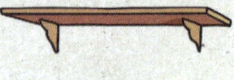 rafu

 dawati

 kalamu ya wino

 kalamu ya risasi

 siku za wiki

 mkoba wa mgongoni

 meza

 gundi

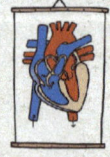 picha

 daftari

 kabati la vitabu
 kichongeo
 kifutio
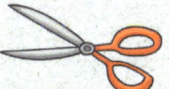 mkasi
 mkebe wa kalamu
 ramani
 mwalimu
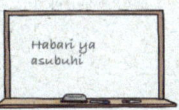 ubao mweupe
 kitabu
 rangi
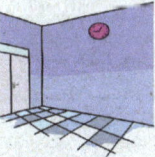 ukuta
 kompyuta
 vitu vya kuchezea
 hadithi
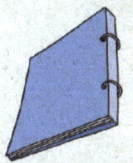 jalada la makaratasi
 dawati
 kiti
 kikapu cha takataka
 dirisha

11

Shule

darasa la lugha

darasa la historia na jiografia

ofisi ya muuguzi

elimu ya mazoezi ya viungo

darasa la hesabu

darasa la sayansi

maktaba

ukumbi wa sanaa

darasa la muziki

darasa la sanaa

chumba cha kompyuta

ratiba ya shule

ubao wa matangazo

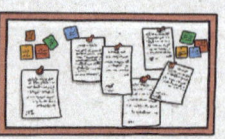
kivuko cha barabara

 ...isi ya uongozi

 mkahawa

 makabati ya wanafunzi

 maabara

 maegesho ya magari

 wazazi/familia

 mpishi

 muuguzi

 mwalimu mkuu

Kuingia (1)

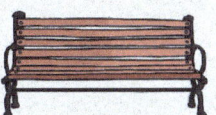 benchi

 basi la shule

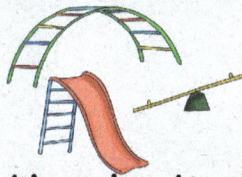 kiwanja cha michezo

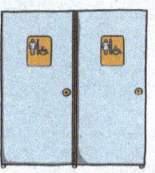 mabafu

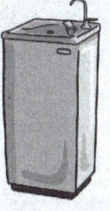 mashine ya maji ya kunywa

Vitenzi vya ratiba ya kila siku

 Ninaamka

 Ninatandika kitanda

 Ninapiga mswaki

 Ninanawa

 Ninaingia ndani

 Anaendesha

 Anasubiri

 Ninaenda

 Anafungua

 Anakata

 Anakimbia

 Anakula chakula cha mchana

 Anacheza

 Ninafagia

 Ninaoga

 Ninakula chakula cha jioni

 Ninachana nywele
 Ninapata kiamsha kinywa
 Ninavaa
 Ninaondoka

 Anasoma
 Anasikiliza
 Anaandika
 Anafunga

 Anacheza
 Ninaogelea
 Ninarudi
 Ninavua nguo

 Ninatazama
 Ninapiga mswaki
 Ninalala

15

Matunda na Mboga

 maharage
 zukini
 kitunguu saumu 
broko...

 tango
 limau
 kiazi
 kiwi
 nazi
 hindi
 embe

 Stroberi
 karoti
 cheri
 tini
 tofaa
 fyulis...

 pilipili
 figili
 kabichi
 njegere
 boga
 saladi
kotimiri

 kiazisukari
 biringanya
 nyanya
 vitunguu
 chungwa

komamanga

tikiti

 zabibu
 pichi
 nanasi
 parachichi
 maji tikiti
 ndizi

Mboga Mpya Kila Siku

Kutoka

Chakula na Vinywaji

 kuku
 mafuta
 mafuta ya zeituni
 asali
vinywaji laini

 samaki
 nyama
 soseji
 mkate
 Mkate mwembamba
 jibini
 siagi
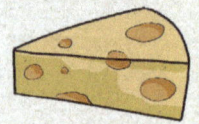 vitobosha

 piza
 biskuti
 chokoleti
 njegere
mayai
 maziwa

 viungo
 maharage ya fava
 mchuzi wa nyanya
 jamu
 chakula cha kopo
 maji

 juisi
 chumvi
 peremende ya kijiti
 keki
 chai
 kahawa

 kunde
 mchele
 labneh
 chipsi
 sukari
 pasta
 njugu

Mwili na Mwonekano

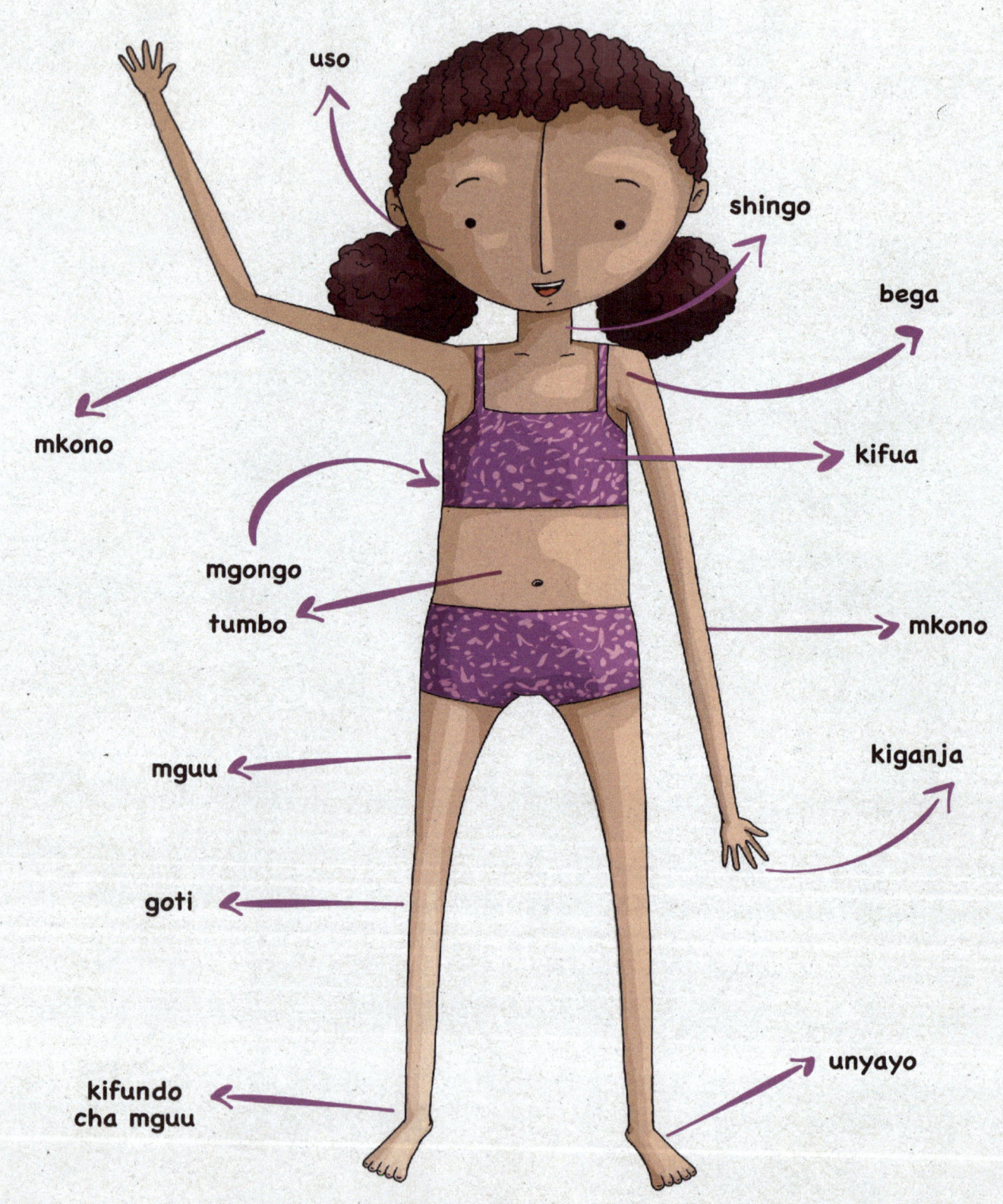

Hisia

 ogopa

 huzunika

 furahi

ghadhibika

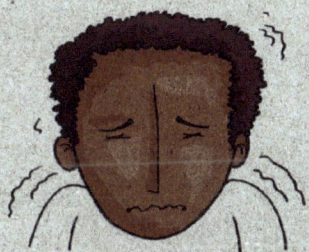 hisi baridi

 shangazwa

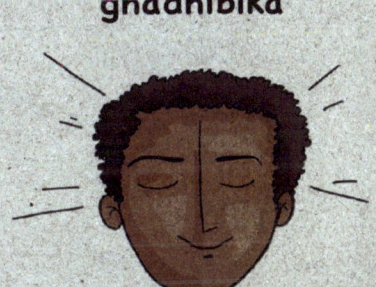 jivuna

 fadhaika

 choshwa

 burudika

 sononeka

 sisimka

 cheka

 changamka

 kuwa na wasiwasi sana

Mavazi

 buti

 viatu vyenye kisigino kirefu

 ndara

viatu

sapatu

 viatu vya michezo

 nguo ya kuogelea

 sweta

 shati

 fulana

 jaketi

 sketi

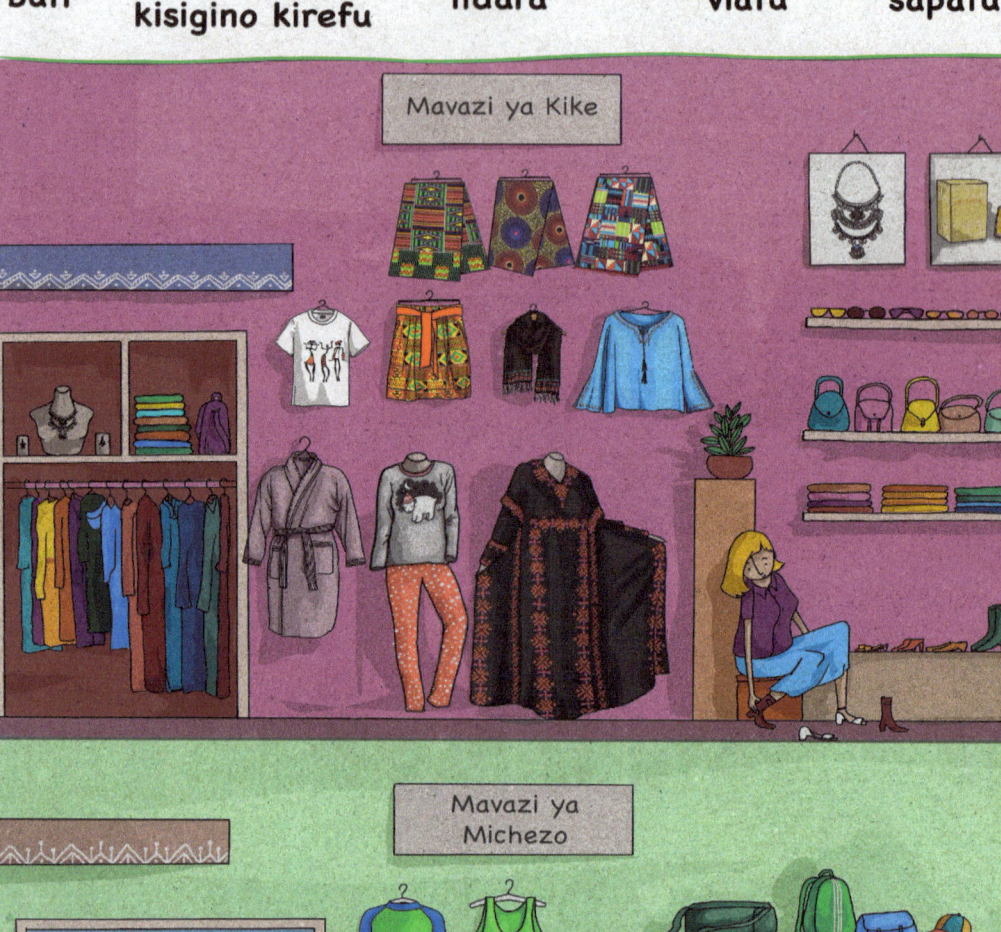

Mavazi ya Kike

Mavazi ya Michezo

 tai

 joho

 koti

 nguo za kulalia

 jinzi

 kaptura

 dashiki

 sapatu
 glavu
 mkanda
marashi
 saa
 miwani ya jua
kofia

 fulana

 nguo ya ndani

 kente

 gauni

 blauzi

 joho

 skafu

 soksi

Mavazi ya Kiume

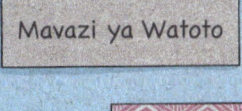

Mavazi ya Watoto

 suti
 mkoba
 hereni
 pete
 mkufu
pochi

Nyumba

mlango

kabati la nguo

zulia

roshani

dirisha

choo

pazia

kochi

mto

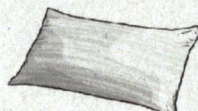
mto

karatasi ya choo

ofisi

chumba

gereji

bafu

karo

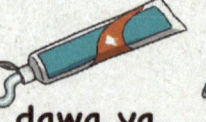
dawa ya meno

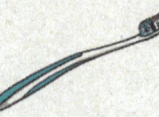
mswaki

taulo

ngazi

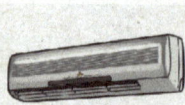
kiyoyozi

bomba

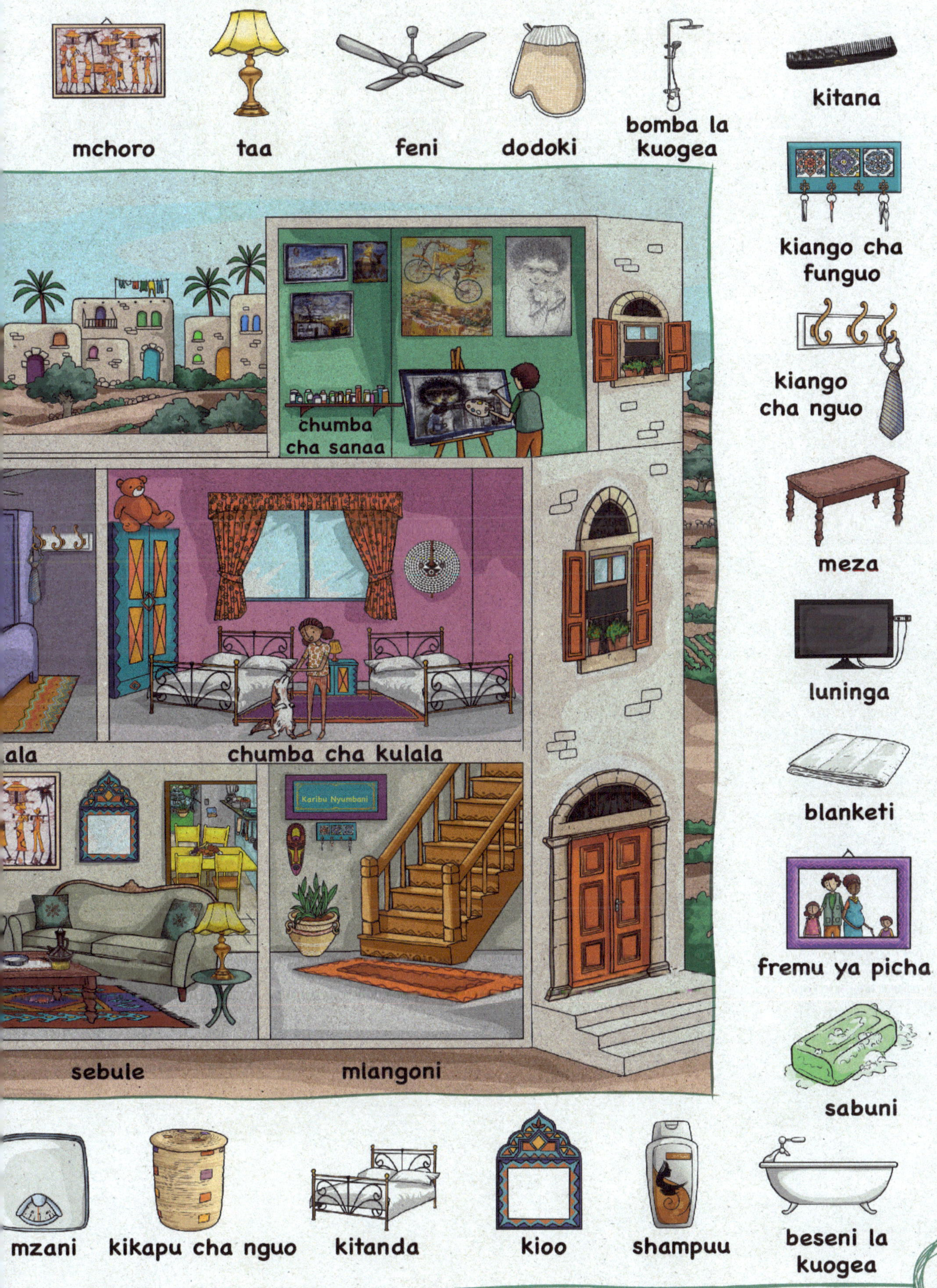

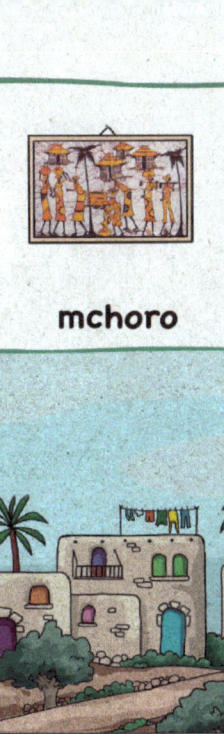

mchoro

taa

feni

dodoki

bomba la kuogea

kitana

kiango cha funguo

kiango cha nguo

meza

luninga

blanketi

fremu ya picha

sabuni

chumba cha sanaa

chumba cha kulala

sebule

mlangoni

mzani

kikapu cha nguo

kitanda

kioo

shampuu

beseni la kuogea

27

Jikoni na Bustani

 nyasi

 beseni la maua

 chemchemi

 chombo cha kumwagia maji

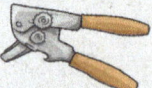 kifungua kopo

 chungu cha maua

 mashine ya kunyonya uchafu

 mti  · ua  · mpira wa maji  · sabuni ya kuoshea vyombo · mashine ya kusaga

 ufagio

 birika la chai

 birika

 kikombe

 sahani

 kishikia sufuria

 bakuli

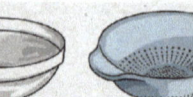 chujio

 orodha ya manunuzi

 pasi

 kabati

 sinia

sufuria

kikaango

 mashine ya kukausha nguo

 mashine ya kufulia

 mashine ya kuoshea vyombo

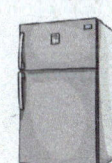 jokofu

 joko

 karo

 sabuni

 bilauri

 kiparuzio

 kijiko

 uma

 mpini wa kusukuma chapati

 kikorogeo

mwiko

 kisu

 kinu

Mambo Unayopenda Kufanya

Taaluma na Kazi

Hali ya Hewa na Majira

majani ya mti

vipepeo

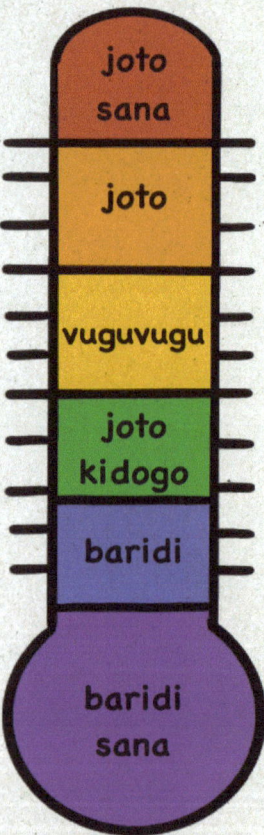

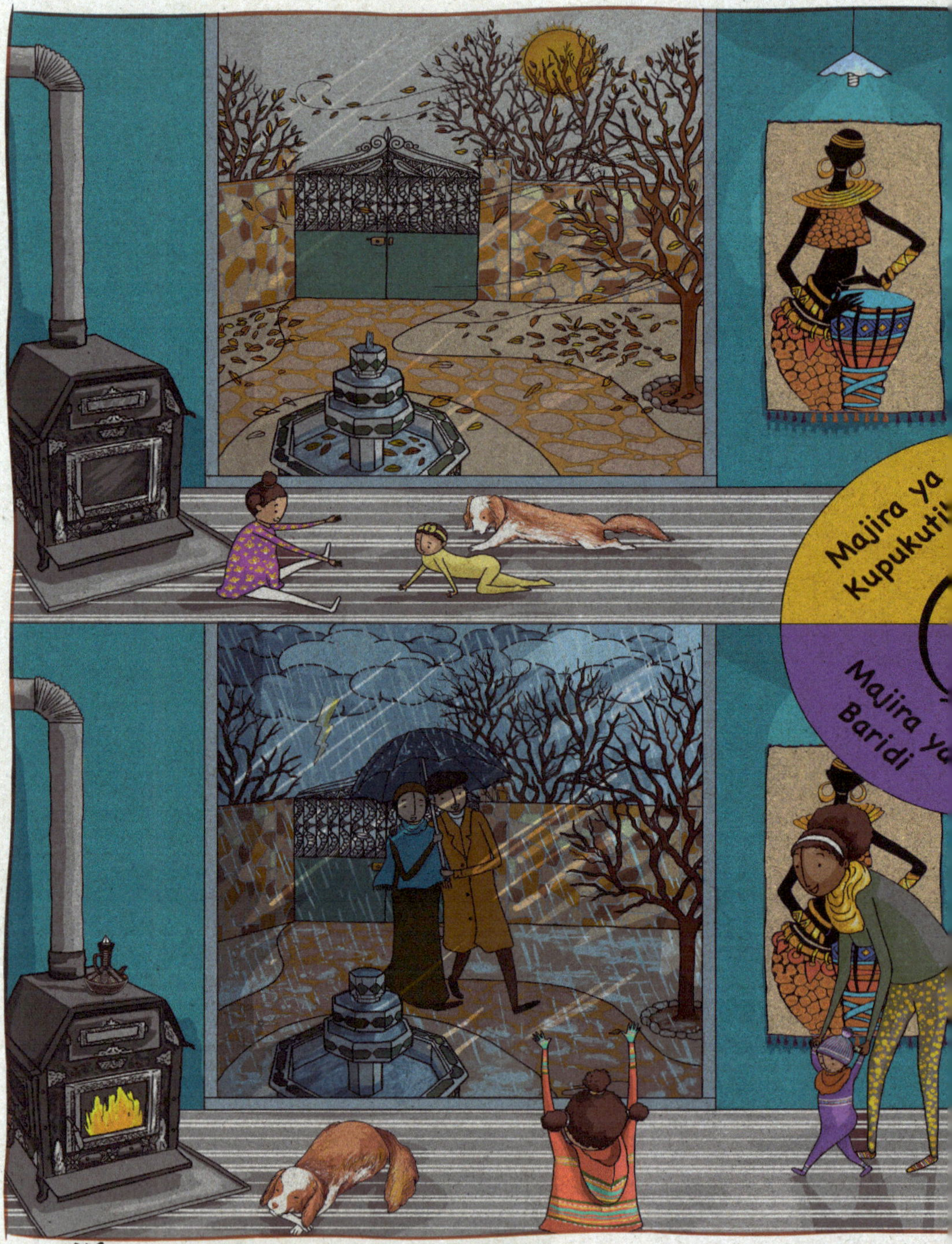

joto sana
joto
vuguvugu
joto kidogo
baridi
baridi sana

kipimajoto

Majira ya
Majira ya Baridi

maua

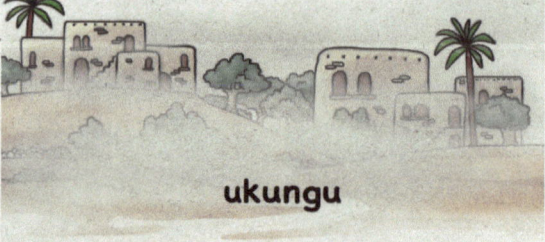

ukungu

upepo

Usafiri

chomboanga

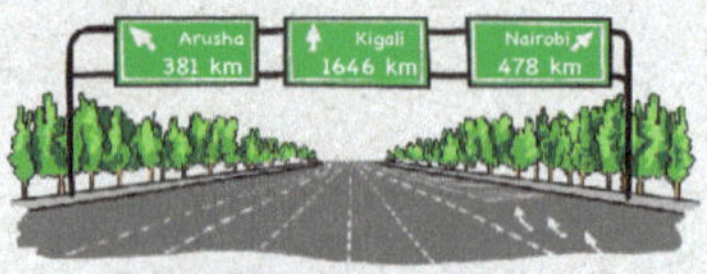

barabara kuu

mtaa

msafiri

kituo cha basi

ndege

helikopta

treni

reli

teksi

gari

lori

Jiji

Shamba

nyasi kavu

zizi

trekta

kiogopesha ndege

ng'ombe

ng'ombe dume

ngamia

farasi

punda

kondoo

mbuzi

paka

kuku

 mbegu

kipepeo

njiwa

ndege

 tausi

 chungu

 nyuki

 nzi

 buibui

 kifaranga

 sungura

 jogoo

 bata

 mbwa

 nung'unung'u

 panya

41

Wanyama pori

papa

samaki

pundamilia

nyangumi

mbuni

tembo

paa

twiga

bundi

kasuku

mwewe

hudihudi

Maneno Yaliyo Kinyume

Nambari

0 Sifuri	1 Moja 🍎
2 Mbili 🍎🍎	3 Tatu 🍎🍎🍎	4 Nne 🍎🍎🍎🍎
5 Tano 🍎🍎🍎🍎🍎	6 Sita 🍎🍎🍎🍎🍎🍎	7 Saba 🍎🍎🍎🍎🍎🍎🍎
8 Nane 🍎🍎🍎🍎🍎🍎🍎🍎	9 Tisa 🍎🍎🍎🍎🍎🍎🍎🍎🍎	10 Kumi 🍎🍎🍎🍎🍎🍎🍎🍎🍎🍎

Nambari za Mpango

kwanza pili tatu nne tano sita saba nane tisa kumi

11 kumi na moja	12 umi na mbili	13 kumi na tatu	14 kumi na nne	15 kumi na tano	16 kumi na sita	17 kumi na saba	18 kumi na nane	19 kumi na tisa	20 ishirini
21 ishirini na moja	22 ishirini na mbili	23 ishirini na tatu	24 ishirini na nne	25 ishirini na tano	26 ishirini na sita	27 ishirini na saba	28 ishirini na nane	29 ishirini na tisa	30 thelathini
31 thelathini na moja	32 thelathini na mbili	33 thelathini na tatu	34 thelathini na nne	35 thelathini na tano	36 thelathini na sita	37 thelathini na saba	38 thelathini na nane	39 thelathini na tisa	40 arobaini
41 arobaini na moja	42 arobaini na mbili	43 arobaini na tatu	44 arobaini na nne	45 arobaini na tano	46 arobaini na sita	47 arobaini na saba	48 arobaini na nane	49 arobaini na tisa	50 hamsini
51 hamsini na moja	52 hamsini na mbili	53 hamsini na tatu	54 hamsini na nne	55 hamsini na tano	56 hamsini na sita	57 hamsini na saba	58 hamsini na nane	59 hamsini na tisa	60 sitini
61 sitini na moja	62 sitini na mbili	63 sitini na tatu	64 sitini na nne	65 sitini na tano	66 sitini na sita	67 sitini na saba	68 sitini na nane	69 sitini na tisa	70 sabini
71 sabini na moja	72 sabini na mbili	73 sabini na tatu	74 sabini na nne	75 sabini na tano	76 sabini na sita	77 sabini na saba	78 sabini na nane	79 sabini na tisa	80 themanini
81 themanini na moja	82 themanini na mbili	83 themanini na tatu	84 themanini na nne	85 themanini na tano	86 themanini na sita	87 themanini na saba	88 themanini na nane	89 themanini na tisa	90 tisini
91 tisini na moja	92 tisini na mbili	93 tisini na tatu	94 tisini na nne	95 tisini na tano	96 tisini na sita	97 tisini na saba	98 tisini na nane	99 tisini na tisa	100 mia moja

Elfu	→ 1000
Milioni	→ 1,000,000
Bilioni	→ 1,000,000,000
Trilioni	→ 1,000,000,000,000

Wakati

⭐ **Wakati katika siku**

| usiku | asubuhi mapema | asubuhi | adhuhuri | alasiri | jioni | usiku |

⭐ **Vipimo vya wakati**

| siku | saa | dakika | sekunde |
| 24:00:00 | 01:00:00 | 00:01:00 | 00:00:01 |

Juma

Jumapili · Jumatatu · Jumanne · Jumatano · Alhamisi · Ijumaa · Jumamosi

Mwaka

2019

Januari · Februari · Machi · Aprili
Mei · Juni · Julai · Agosti
Septemba · Oktoba · Novemba · Desemba

Mwezi

Julai 2020

	Jumatatu	Jumanne	Jumatano	Alhamisi	Ijumaa	Jumamosi	Jumapili
		1	2	3	4	5	6	7
Maelezo	8	9	10	11	12	13	14
	15	16	17	18	19	20	21
	22	23	24	25	26	27	28
	29	30	31				

48

★ **Ni saa ngapi?**

ni saa saba kamili   ni saa nane kamili   ni saa tisa kamili   ni saa kumi kamili

ni saa kumi na moja kamili   ni saa kumi na mbili kamili   ni saa moja kamili   ni saa mbili kamili

ni saa tatu kamili   ni saa nne kamili   ni saa tano kamili   ni saa sita kamili

★ **Kusoma wakati**

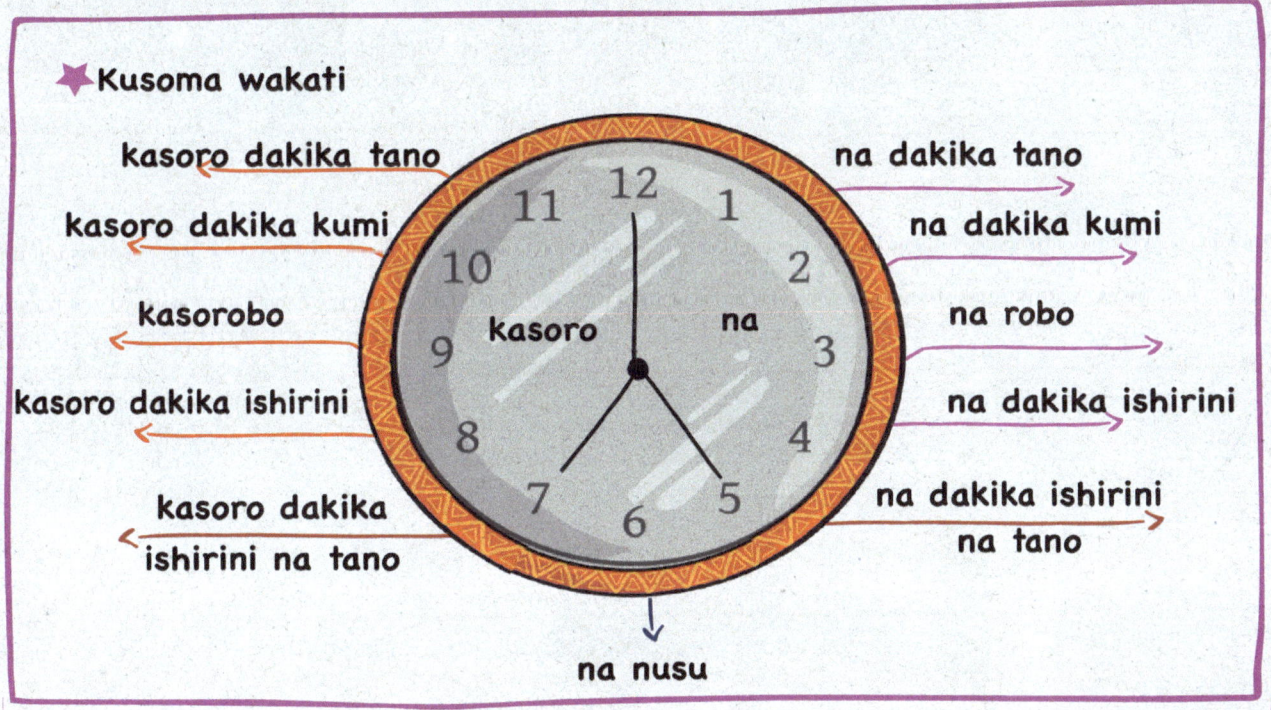

Rangi na Maumbo

rangi ya fyulisi

rangi ya mchanga

rangi ya dhahabu

njano

rangi ya ndimu

rangi ya urujuani

kijani

rangi ya feruzi

bluu

zambarau

mstari unaozunguka

mstari ulio wima

mstari ulio lala

mstari mawimbi

mstari uliopinda

rangi ya waridi

nyekundu

rangi ya damu ya mzee

rangi ya machungwa

kahawia

kijivu

nyeupe

nyeusi

50

About Ruman Swahili Picture Dictionary

Teaching vocabulary in context has been proven to be an incredibly effective method to reinforce memorization. Therefore, Ruman introduces its first Swahil Picture Dictionary following this method.

The Ruman Swahili Picture Dictionary is a foldout collection of twenty-two delightful posters targeting different subjects related to our daily lives. Each poster is surrounded by up to thirty-five nouns and five to ten verbs each represented by a unique drawing. This feature allows for the visualization of all vocabulary words without the necessity of including any translation.

This colorful and highly visual dictionary introduces beginners to more than 1550 key vocabulary words in the Swahili language. The posters focus on scenes that are familiar to children, such as home life, the classroom, city life, basic shapes, antonyms, and animals. Learners will be drawn to revisit these detailed depictions of the scenes, each time improving their memory. In addition, this dictionary has main characters that will be followed throughout the posters allowing learners to connect to them.

This dictionary is also highly socially engaged as it purposefully conveys positive messages related to children's rights, ethnic diversity, inclusion of children with disabilities, animal welfare, and gender equality. Ruman believes that these messages of inclusion and diversity reflect the foundations of the culture and society that we want to teach to our children.

The Ruman Swahili Picture Dictionary is intended mainly as a classroom resource to help primary age students consolidate and enlarge their vocabulary. However, it can be also used as a personal learning resource at home. Each dictionary can be accompanied by a set of learning cards developed in order to keep this resource exciting and engaging for the children.

جميع الحقوق محفوظة لشركة رمان

لا يجوز طباعة أو ترجمة أو نقل أي أجزاء منه بأي شكل من الأشكال إلا بإذن خطي مسبق من الناشر

الطبعة الأولى نوفمبر 2020

Publisher: Ruman LLC
E-mail: rumanllc@gmail.com
Website: www.ruman-llc.com

RUMAN

Swahili Picture Dictionary

القاموس السواحيلي المصور

Author: Majeda Hourani
Illustrated by: Abdullah Qawariq
Designed by: Asem Naser
Translator: Abela Millanzi

First edition